ஒற்றை வாக்கு

இறையன் - பாலா

Made with ♥ on the Notion Press Platform
www.notionpress.com

காணிக்கை

அன்புள்ள அம்மா – அப்பா:

திருமதி. சரோஜாதேவி – திரு. ரவிபரமேஸ்வரன்
அவர்களுக்கும்

ஆசிரியன், தோழன், வழிகாட்டி என அனைத்துமாய் இருக்கும் அண்ணன்:

திரு. கோபாலகிருஷ்ணன்
அவர்களுக்கும்

மேலும் இரு அம்மாக்களாக விளங்கும் அத்தைகள்:

ஜோதி மற்றும் பானுமதி
அவர்களுக்கும்

என் முதல் நூலைக் காணிக்கையாக்குகிறேன்.

இப்படிக்கு,
இறையன் - பாலா

நன்றிகள்

“இப்பக்கம் இத்தொகுப்பில் இடம்பெற வேண்டுமா?” எனும் சிந்தனை நீண்ட நாட்களாக இருந்தது.

நன்றி என்பது துவங்கி விட்டால் ஆயிரம் கடந்தும் தொடரும்..!

பலமுறை முயன்றபிறகு தேர்ந்தெடுக்கப்பட்ட சிலரை மட்டும் குறிப்பிட்டு, அவர்களுக்கு என் நன்றியை உரித்தாக்குகிறேன்.

பள்ளிப் பருவத்தில் கவிதை எழுதத் துவங்கினேன்; பெரிதாய் எதுவும் கைப்பெற வில்லை; வளரிளம் பருவம்; தெளிவற்ற “எதுகை - மோனைகள்” மட்டுமே; தொடர் முயற்சிக்குப் பின் கவிதை போல கொஞ்சம் உருவம் பெற்றன.

என்னுடைய "எழுத்துக்களும் பேசும்" என்பதை உணரவைத்த மரியாதைக்குரிய,

என் வகுப்பாசிரியர் திருமதி. சாரதா தேவி அவர்களுக்கும்

என் தமிழாசிரியர் திருமதி. நம்பு லட்சுமி அவர்களுக்கும்

[பத்தாம் வகுப்பு (ஆ-பிரிவு), கல்வியாண்டு: 2010 - 2011, அரசு மேல்நிலைப்பள்ளி, இராமேஸ்வரம், இராமநாதபுரம் மாவட்டம்]

என் முதற்கண் நன்றியைச் சமர்ப்பிக்கிறேன்.

என்னுடைய எழுத்தில் ஒரு நூல்;

என் முதல் நூல்;

ஒரு நூலாக மலர துணை நின்ற...

'தமிழ்ச் செம்மல்' கவிஞர் திரு. தங்கம் மூர்த்தி (தலைவர், புதுக்கோட்டைத் தமிழ்ச் சங்கம்)
அவர்களுக்கும்
Mr. P. ஆண்டனி (Antony's Spoken English Academy - ASEA & பச்சை பூமி) அவர்களுக்கும்

அணிந்துரை வழங்கிய திரு. ப. முத்துப்பாண்டியன் அவர்களுக்கும்

மற்றும் Notion Press நிறுவனத்துக்கும்

எனது இந்த முயற்சியை ஏற்கும் - ஏற்காத அனைத்து வாசகர்களுக்கும் என்னை மேன்மேலும் செம்மைப் படுத்தும் விமர்சகர்களுக்கும் என் மனமார்ந்த நன்றியைத் தெரிவித்துக் கொள்கிறேன்.

இப்படிக்கு,
இறையன் - பாலா

ஆசிரியர் அறிமுகம்

என் இயற்பெயர் பாலசுப்பிரமணியன். ர.

உங்களிடம் அறிமுகமாகவும் எழுத்துலகில் உங்களுடன் பயணிக்கவும் நான் தேர்ந்தெடுத்துள்ள புனைப்பெயர்தான் "இறையன் - பாலா".

இயற்பியல் பட்டதாரியான நான், பலரால் உற்றுநோக்கப்படாத வாழ்வியல் நுணுக்கங்களை சுவைக்கும்போது அந்தந்தச் சூழலின் கண்ணோட்டத்தில் அவற்றை ஆராய்கிறேன்.

நான் பிறந்து - வாழும் ஊரான புதுக்கோட்டையின் மண்வாசனையும், பள்ளிப்பருவ வாழ்வின் இனிமைகளை உணர்த்திய இராமேஸ்வரத்தின் கடற்கரை காற்றும் என் கவிதை உணர்வுகளுக்குத் தாயகமாக அமைந்துள்ளன.

பள்ளிப் பருவக் கால பேச்சு, கட்டுரை, கவிதை எனும் இன்பங்களை கடந்தபின் வாழ்க்கையின் ஓட்டத்தில் ஒரு நீண்ட இடைவெளிக்குப் பின், மீண்டும் எனது படைப்புப் பயணத்தைத் துவங்கியுள்ளேன்.

நம் சமுதாயத்தில், ஒரு தனி மனிதனின் குரல் வலிமையானதா? அல்லது வலிகளுக்குள் அடங்கியிருப்பதா? என்பதை எனது எழுத்துக்களால் இந்த "ஒற்றை வாக்கு" எனும் நூலின் மூலம் நிரூபிக்க முனைகிறேன்.

என்னைப் பொறுத்தவரை, எழுதுவது என்பது வெறும் பொழுதுபோக்கல்ல; அது சமூகத்தின் போக்கை மாற்றும் ஒரு கருவி; மாற்றத்தை விதைக்கும் ஒரு சமூகப் பொறுப்பு.

இந்நூலின் மூலம் நான், வழக்கமான எல்லைகளைக் கடந்து, கவிதைகளை ஒரு வாழ்வியல் ஊடகமாக மாற்ற முயற்சிக்கிறேன். எளிய சொற்களில் மறைமுகமான ஆழத்தையும், நுட்பமான கேள்விகளையும் புதைத்து வைத்து, எனது இந்தக் கவிதைத் தொகுப்பின் வாயிலாக வாசகர்களின் மனசாட்சியைத் தட்டி எழுப்பும் புதியதொரு இலக்கியப் பயணத்தைத் துவங்கியுள்ளேன்.

இப்படிக்கு,
இறையன் - பாலா

அணிந்துரை

கவிஞர் இறையன் பாலா-வின் ஒற்றை வாக்கு கவிதைத் தொகுப்பைப் படித்தேன்.

ஒவ்வொன்றும் வித்தியாசமான கவிதைகள்.

அன்றாட வாழ்வின் நிகழ்ச்சிகள் - அவை ஆன்மீகத்தில் தொடர்பு கொள்ளும் விதம் - கொஞ்சம் ஆழ்ந்து படிக்க வேண்டிய கவிதைகள்.

மராத்திய எழுத்தாளர் வி. ஸ. காண்டேகர் சொல்வார்: "மனிதர் ஒவ்வொருவரும் கவிஞர்கள்தாம். வெளிப்படுத்தும் விதம்தான் வெவ்வேறாக இருக்கும்."

இந்தக் கவிதைத் தொகுப்பைப் படிக்கும்போது அவரவர் கவிதைகள் மனத்தில் தோன்றும்.

தலைப்பில்லாத கவிதைகள், நாமே தீர்மானித்துக் கொள்ளலாம்.

சுருங்கச் சொல்லி விளங்க வைக்கும் வித்தை கவிஞருக்கு கைவந்த கலை போல இருக்கிறது.

துறவு - தாயுமானவன் - அவல் - செருப்பு - நெருப்பு - தலைகள் - விரல்கள் - வாக்கு - வாய்க்கரிசி இவையெல்லாம் புதிய கோணத்தில் பேசப்படும் மூளைக்கு வேலை தரும் நல்ல கவிதைகள். எல்லாமே நெஞ்சுக்கு நீதி.

ஆர்வமுள்ள கவிஞர். இதுபோல் இன்னும் தொடர்ந்து எழுதி நல்ல பேரும் புகழும் அடைய எனது அன்பான வாழ்த்துகள்.

ப. முத்துப்பாண்டியன்
பாண்டியன் புத்த - அகம்
புதுக்கோட்டை.

வாழ்த்துரை

நம்பிக்கை நசியாமல் இருக்கட்டும்இறை அன்பால் அல்ல; எளிய அன்பால் - இறையன் பாலா என் நினைவுகளின் ஊடே பயணிக்கத் தொடங்கி பல காலம் ஆகிவிட்டது. அதிகம் பேசாத, அதிர்ந்து போகாத, கர்வம் கொள்ளாத கவிஞர் பாலா 'ஒற்றை வாக்கு' கவிதை நூலை கொடுத்து வாழ்த்துரை வேண்டியபோது பிரார்த்தனையைத் தொடங்கிவிட்டேன். "கணை ஒழியட்டும் கருணை பொழியட்டும்" என்று.

பிற்காலத்தில் வாலாட்டுவான் என்பதற்காகப் பெற்றவள் தாலாட்டுவதில்லை. அதைப்போல, கவிதையும், கவிஞரும் வாழட்டும், காலம் வாழ்த்தட்டும் என்று நானும் கவிதைகளை உச்சரிக்கிறேன் கவிஞரை உபசரிக்கிறேன்.

குளம் என்று வந்த பிறகு குளிப்பதில் அல்ல குதிப்பதில் தான் இன்பம். அது இளமையின் ரகசியம். பிஞ்சு வெம்பாமல், பழுத்திருக்கிறது. சுவை அறிந்தவர்கள் மட்டுமே இதை உணர்வார்கள். பலாப்பழத்தை வகிர்ந்ததும் உண்டு; அதைப் பலருக்குப் பகிர்ந்ததும் உண்டு. இதைப் பக்குவமாய்ச் செய்திருக்கிறார் பாலா.

கல்லூரி விண்ணப்பத்தைப் பூர்த்தி செய்யத் தடுமாறும் இளைஞர்கள் நடுவில் கவிதையில் தன் விருப்பத்தை நேர்த்தியாகச் செய்திருக்கிறார்.

ஆற வைத்த பாலா? இல்லை இல்லை... சுடச்சுடக் கொடுக்கிறான் பாலா. பிடித்ததை அலசிப் பார்க்கும்போது கடலுக்குள் சென்ற அனுபவம் கவிதையில் துள்ளுகிறது.

இதயத்துடிப்பு அறியும் கருவியாய் (Stethoscope) கவிதைகள். இடப்பக்கம் இருக்கும் இதயம்போல இயல்பு மாறிப்போகாத இடதுசாரி. முதல் முயற்சியிலேயே நல்ல முதிர்ச்சி.

கற்பனை இளைப்பாறும் இடம் கவிதை அல்லது கண்டுபிடிப்பு. அவசரப்பட்டு ஏன் கடலுக்குள் காணாமல் போனோம் என்று அழுது அழுது கரைக்கு வந்து ஏக்கத்தோடு எட்டிப் பார்க்கும் அலையாய் மாறிய ஆறைப்போல இல்லாது, அன்பையும், அறிவையும் அர்த்தப்படுத்துகிறார் ஆழப்படுத்துகிறார். பிறப்பையும், இருப்பையும் பெருமைப்படுத்துகிறார்.

மேகம், தழுவினாலும், தடுக்கி விழுந்தாலும் எதைப் பற்றியும் கவலைப்படாத மலைபோல, விசனத்தைத் தாங்கவும், விமர்சனத்தை வாங்கவும், கனிந்து காம்பில் இருந்து கழன்ற பழம்போல இவரது கவிதைகள்.

சம்மணம் இட்டு அமர்ந்த என் மாண்புமிகு மாணவனுக்கு சம்பளம் இல்லாமல் அறிவைக் கடத்தி அக மகிழ்ந்ததுண்டு. உறவு வாகனத்தோடு உயர்ந்த வானத்தைத் தொடும் கலப்படமில்லாத கவிதை முயற்சிக்கு தூய மழையாய், தூய மறையாய் நினைவு நாற்றங்காலில் இருந்து பிடுங்கி என் வார்த்தையை நடவு செய்கிறேன். இவனது கவிதைகள் உயிர் பிடிக்கும் என்ற நம்பிக்கையில். வாசிப்பவர்கள் உணர்ந்து படிப்பீர்கள் இதை உயர்த்திப் பிடிப்பீர்கள் என்ற நம்பிக்கையோடு நகர்கிறேன்.

செதுக்கும் சிற்பிக்கு செறுக்கும் இருக்கும் அது தத்ரூபமாய் இருக்கும் போது.

கவிதைகளுக்குத் தலைப்பு இல்லை என்று எவரும் யோசிக்க வேண்டாம். இது கவிஞருக்குத் தலைப் பிள்ளை.

புதிய கோணத்தில் பார்க்கவும், புதிய வானத்தில் பறக்கவும் இவரது பார்வை சிறகுகளை கோதி விடுவதைவிட வேறு என்ன வேலை எனக்கு இருக்க முடியும்? இவரது கவிதை ஆழத்தில் என்னால் படகுச் சவாரிதான் செய்ய முடிந்தது. வார்த்தைத் துடுப்புகள் வசமாக வருகின்றன கவிதைக் கடலில் பயணம் செய்வதற்கு.

அடர்த்தியான கற்பனை, நீர்த்துப்போகாத நம்பிக்கை, கொப்பளிக்கும் குதூகலம், கவிதைகள் முழுக்கப் பளிச்சிடுகிறது. தாழ்வுற்றாலும், இறைவன் தாள் பற்றாது என் நாள் முற்றாது என்ற நம்பிக்கை நசியாமல் இருக்கட்டும். திசையெட்டும் கவிதைப் பயணம் தொடரட்டும். வாழ்த்துக்கள்.

அன்புடன்,
கவிஞர் ஆண்டனி
MA.,MA.,MA.,MA.,MA.,M.Sc.,M.Ed.,
M Phil.,MSW.,PGDJMC.,
முதுகலை ஆங்கில ஆசிரியர்,
பயிற்றுனர் - ANTONY'S SPOKEN ENGLISH ACADEMY (ASEA)
(Free coaching for the 29th year)
Contact: 97890 79525, Email: ynotna68@gmail.com

எல்லா நூல்களும் வலப்பக்கம் துவங்கும்

எழுத்து - இடமிருந்து வலமாக

அன்னை இடப்புறம் இருக்கிறாள்

அவளை வணங்கி

நான் துவங்குகிறேன் - இங்கே

கவிதைத் துவங்குகிறது - அங்கே

1

1.

தாழிட்ட எண்ணத்தால்
தாளிரண்டைக் காணாதால்
தாலவளைப் பாடாதால்
தாழ் என்றே செய்வித்தாள்
தன் தாளோடென்னைச் சேர்ப்பித்தாள்
என் தால் அவள் தாள் சேர்ந்தபின்
என் தால் எவர் தாள்களிலும்
தாழிடாமல் செய்வித்தாள்

2.

மேலே அப்பன் ஆழ்நிலையில்
கீழே அன்னை அனைத்துமாய்
வேண்டுமென்று கொண்டதற்கும்
தேவைகளைச் சொன்னதற்கும்
அவளே சாட்சி - பொறுப்பும் அவளே

3.

சுவை கொண்ட பண்டம் ஒன்றை உண்டபின்
உண்ட பண்டம் அனைத்தும் சுவை இழக்கும்
உண்ணும் பண்டமும் அதன் சுவை இழக்கும்
கண்ணப்பரைக் கண்டபின் என்னையும் கொண்டாயே
நீ குருடன்தான் - வேறென்ன?

4.

அவள் அவன் மீது எண்ணம் வைக்க
அடியேன் அவள் மீது எண்ணம் வைக்க
அவன் அவல் மீது எண்ணம் வைக்க
என் இல்லம் நிறைந்தது

5.

என்னில் அடங்காது எண்ணுள் அடங்கி
எண்ணில் அடங்காது என்னுள் அமர்ந்து
நன்களத்தில் நன்களந்து என்னையதில் வைக்கவே
நன்கழுத்திப் புண்கலத்தில் வைத்ததிது மாயையே

6.

பெரும் பேர் அருள் வேண்டாம்
பெறாதவை பெரும் வரம் வேண்டாம்
பெரும் பதம் உள்ளுமுளம் வேண்டாம்
ஒளி உணர் விழி வேண்டும்
ஒலி அதிர் செவி வேண்டும்
உரைக்க நா வேண்டும்
எண்ண மதி வேண்டும்
தயவுற மனம் வேண்டும்
தாயுமானவன் குணம் வேண்டும்
பாதம் பற்ற மெய் வேண்டும்
பற்று கொண்டு எதிலும் வாழ
மகிழ்வாய் இவை அளந்தருள
மாதொருபாகன் நீ வேண்டும்

7.

அவளைக் கண்டால்
அவனைக் காணத் தேவையென்ன?
அவனைக் கண்டே
அவள் என அறிவதேது?
அவனா - அவளா - ஏன் வாதம்?
அவை வீண் வாதம்
அவன் தாயுமானவன்
அவள் அவனின் மேல்

8.

தன்னில் இன்னொருத்தி
தலையில்தான் வேறொருத்தி
சேர்ந்தோர் உற்றவர் கொண்டபின்
சடையில் ஏன் தண்ணொருத்தி
உடன் உருவான உணர்வென
விருட்சமே கொண்டிருக்க
விதைக்கேது விதிவிலக்கு?

9.

முக்தி வாசம் செய்ய
காற்றுக்கு ஏன் தீண்டாமை?
அத்தனையும் அனுபவித்து
இறப்பை நிறுத்திவிடு
பிறப்பு அறுந்துவிடும்

2

1.

கடவுள் என ஒன்றோ பலவோ
கூறப்பட்ட பின்புதான்
கல்வி அறிமுகம் செய்யப்படுகிறது
கடவுள் என்பதே கல்விதான்
கற்றபின் இரண்டல்ல ஒன்று

2.

அடித்தார்கள் வலித்தது
இன்னும் வலிக்கிறது
செய்யாத தவறுக்காக
செய்வதறியாத பிழைக்காக
குருட்டு தன ஆசிரியர் முன்
திருடன் நான் உயர்ந்தவன்தான்
இயலாதவரிடம் - நான்
கொள்வதும் இல்லை
கொல்வதும் இல்லை

3.

கற்பூரம் பற்றிய உடன் எரிந்து விடும்
கரித்துண்டு எரிந்து போகும் வரை
புகைந்து கொண்டிருக்கும்
பற்றி எரிவது எதுவாய் இருந்தால் என்ன
பற்ற வைப்பது காட்டுத்தீயா?
வெறும் ஏட்டுத்தீயா?
எனும் நெருப்புதான்
இன்னும் பற்றவே இல்லை

3

1.

உலகைக் காக்க வந்தேன்
என்னைக் காக்க ஆளில்லை
- களவு போகும் கோவில் சிலை

2.

வலம் ஆணாக இடம் பெண்ணாக
மத்தியில் மைதுனம் என்றிருக்க
பிறந்தது ஆண் பிள்ளை எனில்
ஞானம் என்பது ஆண் மட்டுமே
ஆதி ஒன்றானால் அந்தம் என்ன?

3.

இடமே அவளாய் இருக்க
இடையில் உனக்கேது இடம்?
அவளோடு இரு - இயலாதால்
அறுந்து விழு

4.

அவன் என்னில் அனைத்துமாய்
நான் அவனில் ஏதோ ஒன்றாய்
இடையில் எதற்கு இணைப்புப் பாலம்?

5.

சுவர் வந்தது ஒற்றைத் துளையுடன்
எங்கும் வாழும் கருவுக்கு அறை
சுற்றுப்பாதை - மண்டபம்
என்றே விதவிதமாய்
தலைகள் நிமிர்ந்தன கேள்விகளால்
தலைகள் வீழ - ஒரு பலிபீடம்
அறிவு சற்று வளர்ந்தது - பிராணிகள் சில
பலிபீடம் முன் பயமின்றி - தாயுமானவன்
நகர்த்திய பின்னும் - வாகனமாய்
இன்று நனிநாகரிகம் - திரவிளம் போற்றும்
தனி நாகரிகம் - சிறப்புத் தரிசனம்
ஏற்றுக் கொண்டோம் - பகுத்தறிவென்றே
பகுப்பென்று ஏதும் இல்லை - இங்கே
பகுப்பெல்லாம் சிலரின் வகுப்பே

6.

மஞ்சளோ சாணமோ
பிடித்து வைத்த தெய்வம்
பிடித்து வைப்பவரைப் பார்ப்பதில்லை
மனிதனா? மிருகமா? என்று
அருளை வாரி இறைத்துவிடுகிறது
அருகாமையில் மட்டும்

7.

மறுமையும்
நாளைய இம்மையே
அதன் இன்மையும் இனிமையும்
இன்றைய இம்மையில்

8.

துறவு ஓர் அறம் - அன்று
துறவே ஓர் அறமன்று
அறம் எனும் உயிர் வாழ
துறவெனும் ஆடை மெய்
மெய்யும் அறமும் ஒருமை
ஒன்றிணைந்தால் உயிர்மை

9.

காக்கைக்குக் குயில் குஞ்சும்
பொன் குஞ்சுதான்
குயிலுக்குத்தான் காக்கை யாரோ

10.

வயிறு பசித்தது
உணவிட்டேன் - உண்டேன்
திருப்தி அடைந்தேன்
இன்று வரை எண்ணிலடங்காது
அடியேன் ஆற்றும் அன்னதானம்

11.

யார் அந்தத் தனி ஒருவன்?
பசித்தவன் ஏன் அங்கில்லை?
கேள்வியைக் கேட்டு விட்டேன்
பதிலை விட்டு விட்டேன்
அவரவர் விருப்பம் போல

12.

கிழிந்த ரூபாய் நோட்டுதான்
தர்மத்தை மீண்டும் மீண்டும்
நினைவுபடுத்துகிறது

13.

பிச்சை போட தட்டு வேண்டும்
எல்லார்க்கும் எல்லாமும் கிடைத்துவிட்டால்
கர்ணன் என்ன? தர்மன் என்ன?

14.

மதுரசம் இன்பம்தான்
அது என்னையும் குடிக்கிறது
என் மண்ணையும் குடிக்கிறது
இதில் சரிசமம் என்பதே இல்லை
இரத்தத்தில் போதையும்
புத்தியில் சிந்தையும்

15.

பாலோ? கள்ளோ?
அன்பு அனைத்தும் அறிந்தாலும்
மரத்தடி சார்ந்ததே - தீர்ப்பு
நெருப்பும் அவளைத் தொடவில்லை
சுட்டது சொல்லும் சூழலும் மட்டுமே
அவள் பிறப்பு அப்படி

16.

குளித்த பின்புதான்
கூடுகிறாள்
ஒவ்வொரு முறையும்
கொடுத்து வைத்தவன்
கொண்டு வந்தவனே
குற்றமில்லை
ஒற்றுமை அப்படி

17.

எவற்றை ஒன்றாக்க என்னை வைத்தார்களோ
அவற்றில் ஒன்றாக என்னை ஆக்கி விட்டார்கள்
அவலம் பாடுகிறது - குப்பைத் தொட்டி

18.

கழற்றி வீசப்படும் வரை
விசுவாசத்தை காட்டிவிடுகிறது
செருப்பு

19.

கையில் எடுத்தால்
முகமும் வாயும் கிழிந்துவிடும்
எனவேதான் எனது கோபத்தை
காலில் அணிந்து இருக்கிறேன்

20.

பிரிந்து சென்றார்
என்பதை விட
வருந்திச் சென்றார்
என்பதில் உள்ளது
வலி

21.

நீ நான் ஆனால்
உயிர் மாறி உடலுடன் சேரும்
நான் நீ ஆனால்
உயிர் மாறி உடல் கெடும்
என் உயிர்ப் பிரிந்தாலும்
உன் உயிர்ப் பிரிந்தாலும்
வெற்று உடல்களால் என்ன பயன்?

22.

மறக்க முயன்றேன்
முடியவில்லை
நினைப்பதை
நிறுத்திக் கொண்டேன்
புதிய நிகழ்வுகளால்

23.

அகமே அழகு - முகமல்ல
கொண்ட ஆசை உடலல்ல
எல்லாம் பொய்யாய்ப் போனது
இருளில் இரையாகும் பொழுதிற்காக
கண்ணாடி பிம்பத்திற்குக்
கவர்ச்சி சேர்த்த போது

24.

கன்னன் ஈறாறாய் பணிரெண்டைக் கொண்டான்
கொல்வேன் இன்றொரு பலி - என்றொன்று
கொள்ளேன் ஒரே ஒரு பலி - என்றொன்று
ஒரு வேட்டையில் இரண்டு மான்
ஒன்றும் கைப்பெறவில்லை.

25.

இல்லை என்று சொல்ல
அவர்கள் இன்று இல்லை
நான் சொல்வதுதான்
இங்கே வேறு வழியில்லை

26.

சுற்றுச் சூழல் வாதங்களில்
சாத்திர வாதிகளுக்கு என்ன வேலை?
முதிராத காயுடன் உதிராத மரத்தையும்
அறுத்து எடுத்து நிறுத்தி விடுவார்கள்
விறகாய்ப் போகும் கட்டைகளை விடுத்து
மரமாய் ஆகும் கன்றுகளை நட்டிருந்தால்
இங்கே வரப்பும் உயர்ந்திருக்கும்
சடங்கின் மதிப்பும் மிகுந்திருக்கும்
ஒற்றை வாக்கு நான் என்னதான் செய்ய?

27.

அக்கறையோ? நியாயமோ?
சரியோ? அவசியமோ?
உங்கள் வாதங்கள்
அத்தனையும் வீண்
மழலை அழுகும் பொழுது

28.

அவன் மறைந்துவிட்ட மூன்றாம் நாள்
முற்றம் முழுதும் பிணந்தின்னிக் கழுகுகள்
கருமேகக் கூட்டங்களை விரட்டி அடிக்க
அவள் பெற்ற ஆதவனும் அங்கில்லை
அவளைப் பெற்றச் சந்திரனும் இன்றில்லை
அது ஓர் ஒளியற்ற அமாவாசை
நிலமகள் தராத போர்வை நீருக்குள்
முதல்முறை மூழ்கினாள் - அங்கே குமரியாக இருந்தாள்
மறுமுறை மூழ்க - அங்கே ஓர் அன்னை எழுந்தாள்
இன்னும் ஒருமுறை - அடங்கின காற்றுக் குமிழ்கள்
மறுநாள் காலை அந்நீரின் கரையிலும்
மற்றோர் வீட்டின் தரையிலும்
ஓயாத பிணம் தின்னும் கழுகுகள்.

29.

குபேரனின் மாளிகையில்
எல்லாம் நிரம்பியிருக்கும்
வயிற்றைத் தவிர
அத்தனையும் புதிதுதான்
பசியைத் தவிர

30.

பெருமை - வெறும்
பெயரளவுதான்
சிறுமையே பெருமைக்கும்
பெருமை சேர்க்கிறது

31.

மனமிருந்தால் மார்க்கமுண்டு
மனம் இல்லையேல்
தரும் முன்னேற்றமும்
ஒரு திணிப்புதான்

32.

முதல் மாத ஊதியத்தில்
உடை வாங்க விருப்பம்
ஊரை வாங்கவும் விருப்பம்
இரண்டுமே கிடைக்கவில்லை
உடை கொஞ்சம் வலித்தது
ஊரில் கொஞ்சமும் இல்லை
ஆசை துன்பம் தரும்
பேராசை?

33.

வலதுசாரிக்கு நான் இடதுசாரி
இடதுசாரிக்கு நான் வலதுசாரி
நடுவில் நின்றால் இப்படித்தான்

34.

மாதம் ஒருமுறைதான்
முழு இருளோ மூன்று நாள்
அவளின் நிழல்தான் அது
அதுவே அவள் அல்ல
ஒவ்வோர் அமாவாசைக்கும்
ஒரு பௌர்ணமி உண்டு

35.

இராகமும் பாவமும்
உன்னைக் கரைக்க மட்டுமே
என்னைக் காட்ட அல்ல
நீ ஆயிரத்தில் ஒருத்தி
கரைந்து விடு
என்னிடம் கரைய
இங்கே ஆயிரம் காக்கைகள்

36.

மூன்று ஆண்கள் முற்றாய் இணைந்து
இரு கைகளால் இறுகப் பிடித்து
ஒற்றைக் கூடையைத் தூக்கி விட
தளர்ந்த கிழவி ஒருத்தி
வறண்ட தன் தலை நிமிர்ந்தாள்
வதுதட்சிணை தலைகள்
தாழ்வதும் இல்லை
உயர்வதும் இல்லை

37.

உடையில் என்ன இருக்கிறது?
உங்கள் உள்ளத்தில் இருக்கிறது
மாற்றிக் கொள்ளுங்கள் என்கிறோம்
அவர்களும் அப்படியே
உடையில் என்ன இருக்கிறது?
உங்கள் உள்ளத்தில் இருக்கிறது
மாற்றிக் கொள்ளுங்கள் என்கிறார்கள்
நாங்கள் பெண்ணியம் பேசுகிறோம்
அவர்கள் ஆதிக்கம் செய்கிறார்கள்

38.

பாதுகாப்பு
பண்டத்திற்கும் பண்டசாலைக்கும்
சில இடங்களில்
பண்டத்திற்கு மட்டும்
பாதுகாப்பில் ஏதும் குறையில்லை
பாதுகாப்பினாலும் குறையில்லை
பாதுகாப்பற்ற பண்டங்களே
எடுக்கப் படுகின்றன - அனுமதி இன்றி
எச்சில் படுகின்றன - உணர்வுகள் இன்றி
எறியப் படுகின்றன - உயிர்மை இன்றி
எற்றப் படுகின்றன - உரிமைகள் இன்றி

39.

கலங்காதீர் கண்களே
பெண்ணாய்ப் பிறந்ததோ
மழலையாய்த் திரிந்ததோ
பூவாய்ச் சிரித்ததுதோ - அல்ல
உம் தவறு - துறைகளில் சேராமையே
உள வேதனைக்கு வளையும் சட்டமும்
குற்றமும் உம் உடல் வேதனைக்கு
வளைவதே இல்லை
நீர் கண்ட துன்பங்கள் போக்க
நான் படைத்தவனும் அல்ல
நீர் கொண்ட வலிகள் போக்க
நான் வைத்தியனும் அல்ல
ஒற்றை வாக்கினை வைத்துக் கொண்டு
சக மனிதன் நான் என்னதான் செய்ய?

40.

சுகப்பிரசவம் கடினமாம்
சுலபமாய் நிகழ்ந்து விடுகிறது
கழிவறைகளில்

41.

அவனின் கூட்டுக் குடும்பம்
எனும் சிக்கலின் தீர்வு
அவர்களின் தனிக் குடும்பம்
இப்புதிய சிக்கலின் தீர்வு
அவளின் கூட்டுக் குடும்பம்
சில புரிதல்கள் என்றும் புதிர்தான்

42.

அடித்து வளர்க்க வேண்டும்
என்று இல்லை
விட்டு விடுங்கள்
விளக்குச் சுட்டு விடும்
பின் அடித்தும் விளக்க வேண்டாம்
அமிலத்தையும் விளக்க வேண்டாம்

43.

விதைத்தோம்
முளைத்து விட்டது
எனவே வளர்க்கிறோம்
வளரும் கன்று நசுங்கினாலும்
அது வளரும் கன்றை நசுக்கினாலும்
பெரிதாய் என்ன ஆகிவிடும்?
என்ற அலட்சியங்கள் உரமாகி
குற்றங்களை அறுவடை செய்கிறோம்

44.

படிக்காத மேதை நான்
சிறப்பு வகுப்புகள் துவங்கி விட்டேன்
முதல் வகுப்பைத் தொடுவதற்குள்
மூன்றைத் தொட்டு மூன்று சுழிகள்
இப்படி மூன்றைந்து வகுப்புகள்
சாரை சாரையாய் பெற்றோர்கள்
கற்பிப்பதில் கசடுகள் இருந்தாலும்
கற்பிப்பவர் கசடாய் இருந்தாலும்
அவர்களைப் பொறுத்தவரை
உள்ளுவதெல்லாம் உயர்வுள்ளல்

45.

செவி உண்ணுவதில்லை
நா ஊட்டுவதில்லை
விட்டு விடுங்கள்
ஒலியே சிலருக்கு ஒளி
உடலின் குறைகளுக்கு
வாய் என்ன செய்யும்?
உடல்மொழி முதன்மை பெற்றால்
தீர்க்கமற்ற தீண்டாமை
பெயர் - பேச்சுப் போட்டி

46.

அன்பில் இரண்டும் கலந்ததுமே
ஆராரோ கேட்டிட ஆசையோ?
இரண்டில் ஒன்று பழுதென்றால்
ஈரைந்துத் திங்கள் பெற்றிடுமோ?
உறுதிக்கு வாழ் முறை வகுத்தாயோ?
ஊறிடும் நிலை எது? உரைத்தாயோ?
எட்டுத் திக்கும் கொண்டே சேர்த்தாயோ?
ஏற்றபடி சோதனை பல நிகழ்த்தி - தான்
ஐயம் நீக்கி தெளிவுபட புரிந்தாயோ?
ஒவ்வோர் இறைக்கும் பற்பல கடன்கள்
ஓடியோடி செய்வது அனைத்தும்
ஔடதம் தாண்டிய அதிசயமே

47.

இரண்டில் ஒன்று பழுது
ஆனாலும் இலக்கு முக்கியம்
பழுதே பளு சுமக்கும்
பழியும் சுமக்கும்
வளைந்திருந்த மற்றொன்று - தன்
வருத்தம் மட்டும் பேசும்
நிறை என்பது
நிறைந்ததையும் நிரப்புவது
குறை என்பது
கொடுத்துத் தீர்ப்பது

48.

முன்னும் பின்னும் சென்று
கொஞ்சம் கொஞ்சமாய் தின்னும்
ஈர்வாளின் பக்கம்
இருந்தாலும் தின்னும்
எங்கும் நகர்ந்தாலும் தின்னும்
அக்கம் பக்கம்

49.

இறைவன் படைப்பில் - எள்
தன் வயலில் கலை
நெல் வயலில் களை

50.

தடுக்கி விழும் நிலையைத் தவிர்த்தவனுக்கு அல்ல
தடுக்கி விழுந்துத் தப்பிப் பிழைத்தவனுக்கும் அல்ல
தடுக்கி விழுந்தவனுக்கு மட்டுமே
ஆறுதல்களும் அனுதாபங்களும்

51.

அவன் வீழ்ந்தான் - எழுந்தான்
உழைத்தான் - உயர்ந்தான்
மனை உயர்ந்தது இல்லம் நிறைந்தது
கண்டு - கொண்டு - மனைவி வந்தாள்
இன்மையை நீக்கத்தான் இல்லாள் இல்லை

52.

சொந்தம் பந்தம் எனும் பெயரில்
ஒரு சொந்தமல்லாத வீட்டில்
அன்று வேலை செய்த கூலியாளுடன்
அமரவைத்து அன்னம் அளித்ததற்கு
அடிமை நான் வருந்தவில்லை
ஊதியம் பெறும் தொழிலாளியை
ஒன்றுமற்ற இந்த ஏதோ ஒன்றுடன்
அமர்த்தி உணவளித்த போதுதான்
அடியேன் மனம் வருத்தம் கொள்கிறது

53.

மகிழ்வாய் உண்டுவிட்டேன்
நெருப்பை விழுங்கியது போல
இன்னும் எரிந்து கொண்டிருக்கிறது
எனக்கு நெஞ்சிலும்
சிலருக்கு வயிற்றிலும்

54.

சில நேரங்களில்
எரிவதை அணைக்க
நீர் எதுவும் தேவை இல்லை
நான் சீர் கெட்டால் போதுமானது

55.

பக்கத்து வீட்டுடன் பாசப் பிணைப்பு
பங்காளி வீட்டுடன் முறைப்பாடு
புரிதல் கொஞ்சம் சிரமம்தான்
உறவுகள் ஒவ்வொன்றும் தொடர்கதை

56.

சில்லறைகளில் கூலி
சிறப்பாய் நிர்வகித்தேன்
உறவுகள் ஒதுங்கிக் கொண்டன
பொன்னான லாபம்
வீசி எறிந்தேன் - சிரித்தார்
கட்டி அணைத்தார்
தாசி

57.

எப்பொந்தில் எப்பாம்பு
எப்பாம்பில் எவ்விடம்?
அறிந்தோர் ஆயினும்
எங்கே நீ எவ்விடம்?
யார் மனதில் எவ்விடம்?
அறியா நீ அறிவிலியே

58.

எங்களின் தேவைகளுக்காக
பிறரின் தேடல்களுக்காக
தேவதை நான்
என்னை - என்னுள்
தொலைத்துக் கொண்டேன்
-ஓர் தாசி
ஆம் உடலில்தான்
அவள் உயிர்த் துவங்குகிறது

59.

ஓருயிர் - இரு பிறவி
ஈறு கெட்ட - எதிர்மறை
நாணம் உண்டு - மானம் உண்டு
சுண்டியிழுக்கும் நளினமுண்டு
பெற்றோர் யாரோ அறியோம்
பேரிட்டவன் ரசனை வாதிதான்
"திருநங்கை"

60.

ஒரு சில தொடுதல்கள்
சிற்சில தீண்டல்கள்
அவன் மட்டுமல்ல - அது
அவளுக்கு மட்டுமல்ல
உலகம் மாறிவிட்டது
நாம்தான் மாறவில்லை

61.

உலகை ரசிக்க அவளுக்கு இரவில் மட்டுமே அனுமதி
எவனும் பார்வை கொண்டு பருகிவிடக் கூடாதென
தண் ஒளி மட்டுமே போர்வை
இன்று இரவும் இல்லாமல் போனது
சந்திரனுக்கு இரண்டு மனைவியாம்

62.

அவர் மேல் சாதி
அடியேன் கீழ்ச்சாதி
கிளைச் சாதி எனினும் ஒரு சாதி
வேற்றுமையில் ஒற்றுமை

63.

அகரம் முதலா? ஆகாரம் முதலா?
அறிவைத் தொடரும் முறையில்
அகரம் முதல்
ஆண்டான் - அடிமை முறையில்
ஆகாரம் முதல்

64.

என்னை அவர் தீண்டவில்லை
என்பதில் அல்ல
ஏன் அவர் தீண்டவில்லை
என்பதில் உள்ளது
தீண்டாமை

65.

தாக்கினார்கள் என்றார்
மீண்டும் மீண்டும்
ஏன் தாக்கினார்கள்?
என்றொரு கேள்வி
ஏன் தாங்கிக் கொண்டீர்கள்?
என்றும் ஒரு கேள்வி
பதில் இன்னும் கிட்டவில்லை

66.

காக்க வைத்து
தனியே அமர்த்தி
விருந்து என்ற பெயரில்
வீசி எறிந்தேன் பண்டங்களை
உட்கொண்டிருந்தவன்
விருட்டென்று எழுந்து விட்டான்
அருகில் அமர்ந்தவன்
கீழ்ச்சாதி என்று

67.

இங்கே தொழில்
அங்கே தோல்
இரண்டுமே வர்ணம்தான்
அவர்களின் கல்விதான்
சீர் திருத்தியது என்றால்
நாம் சுவைக்கும் அனைத்தும்
ஏட்டுச் சுரைக்காய்தான்

68.

என் அப்பன் ஓலை தந்து
தன் மகனைப் பள்ளி அனுப்பினான்
நீ உன் மகனை அள்ள அனுப்பினாய்
நீ அவனின் அப்பன் அல்லவா?
நீ அவனைப் பெற்றது - அள்ளவா?

.....

என் வாழ்வு அறிவியல் காலம்
இங்கு நான் நன்றாய் இல்லை
அப்பன் வாழ்வு அறிஞர் காலம்
அவன் வாழ்வில் நன்றே இல்லை
உன் வாழ்வு ஆண்டைகள் காலம்
அதில் உனக்கு வாழ்வே இல்லை

.....

அங்கே நீயே அம்மணம்
அதில் எல்லாமே துர்மணம்
அதில் ஏன் உனக்குத் திருமணம்?
அம்-மணத்தில் வெற்று இருளில்
வெற்றி கண்டு நீ உணர்ந்த ஒளிக்காக
இன்று எம் வாழ்வு முழு இருளில்

.....

உன்னால் எனக்கு என்ன பயன்?
அன்பே உருவான அப்பனைத் தவிர
ஒதுங்குகிறேன் - உன் உறவே வேண்டாம்
என்னால் இங்கே ஆயிரம் பலன்
அறுவடையை முடித்துக் கொண்டு
ஒதுக்குகிறார்கள் - உன் உறவென்று

69.

சிந்தனைகளுக்கு
நிறம் கொடுக்க முயற்சித்தேன்
நான்கு மட்டுமே கிட்டியது
உயர்ந்த சிந்தனை ஒன்று
உயரத்தை கைப்பற்றிக் கொண்டது
மற்றவை இருக்கும் இடத்தில்
தமக்குள் மோதிக் கொள்கின்றன

70.

நேற்றைய நான்
ஆண்டானின் நினைப்பில்
இன்றைய நான்
அவர் வாரிசுடன் களிப்பில்
காலம் காலமாய்
அவர்களின் காலடியில்
மிதந்தவர்கள் - இன்று எங்கோ?
தேவையின் தீர்மானம்
ஒரு தீண்டாமை

71.

நெருப்பும் - நானும்
அவன் தொட்டால் தீய்ந்து விடும்
நான் தொட்டால் தீட்டு
அற வேள்வியில் அவனே முன்னிலை
அரசியல் வேள்விகளில் நான்
உண்ண உணவு நிலைத்து விட்டால்
எங்களுக்குக் கட்டுப்பாடு இல்லை
எனவேதான் எங்களைக் கவனமாக
கையாளக் கற்றிருக்கிறார்கள்.

72.

வாழ்வியல் மாற்றம் அடைந்தும்
வாழ்க்கையில் மாற்றம் இல்லை
சிற்சிலர் மீதான சிரத்தைகள் எல்லாம்
மன-மத மாற்றத்திற்கு அல்ல
இன-மத மாற்றத்திற்கு மட்டுமே
ஆரிய மதத்தில் மட்டுமல்ல
மாறிய மதத்திலும் - இன்னும்
வாசல் வரை - கொள்ளை வரை தான்
ஆண்டவன் கட்டளை ஆண்டைகளுக்கே
அடியேன் - ஓர் அடிமை - ஏழை
அனைத்திற்கும் மேல் - ஒரு கீழ்ச்சாதி

73.

புரட்சியின் தோல்வி - கலகம்
கலகத்தின் வெற்றி - புரட்சி
எனும் கழகங்கள் எத்தனை ஆண்டு?
பற்றவைத்த நெருப்பு - தான்
பற்றி எரியக் கேட்கும்போதும்
கழகம் போற்றும் பாவைகளுக்கு
கலகம் மட்டுமே தீர்வு
இங்கே புரட்சிக்கு என்ன வேலை?

74.

கேள்வி கேட்க திறனற்ற
களர் நிலங்களுக்கு
வாக்கு வங்கியில்
கணக்கெதற்கு?

75.

பிறர்க்குக் கொடுக்க என இங்கு
ஒன்றும் இல்லை
சிலர் கொடுத்ததைப் பற்றி கேட்கவும்
ஒன்றும் இல்லை
பெயர் மட்டும்தான்
வாக்கு

76.

பார் போற்றும் பச்சைப் புரட்சி
பழுதான கௌரவத்தில் பலியானது
ஒரே விதை மீண்டும் மீண்டும் விழுந்து
மண்-தன் கருவறை பாழானது
கல்வி எனும் கார்கோடகன் விடம்
வரப்புகளைப் பரப்புகள் ஆக்கியது
நிலமும் பொழுதும் கடனாய் போனபின்
வாக்கின் பெயரில் வாங்கிய பணத்தில்
பச்சை அரிசிக் குத்திப் புடைத்தான்
பசிக்கும் அல்ல - ருசிக்கும் அல்ல
அது அப்பனுக்கு வாய்க்கரிசி

77.

நீயும் நானும் கூட்டாளி
எனக்கு உன் தானம் மட்டும் போதும்
நீ வேண்டிய - வரை கைப்பற்று
இதோ என் வாக்கு

78.

வானம் பார்க்கும் பூமி
நாங்கள் தேடி வரும் மழைநீரை
சகித்துக் கொள்வதில்லை
தேங்கிக் கிடக்கும் சாக்கடையை
சுகித்துக் கொள்கிறோம்
இங்கே தூய்மைக்கு இடமே இல்லை
வாழும்போதும்
வாக்களிக்கும்போதும்

79.

நன்மைகள்தான்
முன்னேற்றம்தான்
அவர்கள் செய்வதெல்லாம்
குற்றம் உள்ள மனது
கண்டிப்பானவர்களை
ஏற்றுக் கொள்வதே இல்லை
வகுப்பறையிலும்
வாக்குச் சாவடியிலும்

80.

தலைகள்
கவிழ்ந்து பழகி விட்டன
கைகள்
ஏந்திப் பழகி விட்டன
மனம் இறந்தே விட்டது
விரல்களைக் குறை கூறி
என்ன பயன்?

81.

இங்கே எது தூய்மை?
வந்து சேர்வதும் கழிவுதான்
சென்று சேர்வதும் கழிவுதான்
ஓட வேண்டும்
ஓடிக் கொண்டிருக்கிறேன்
எனும் நதி போல
தேர்தல் முடிவுகளில் நான்

82.

ஒரு விரல் இரு விரல் மூவிரல்
ஒவ்வொரு விரலுக்கும்
ஒவ்வொரு பலன்
விரலற்ற நாங்களும்
திலகம் இடுகிறோம்
விரல்கள் மலர்ந்திட
எந்த விரல்?

83.

நான் என்றபோது
நான் மட்டுமே
நாம் என்றபோது
நீ துவக்கம் கண்டது
நாங்கள் என்றபோது
அவர்கள் நிலைத்து விட்டது
வேற்றுமை எல்லாம்
ஒற்றுமையின் மறுபுறமே

84.

ஒற்றைக்குச்சி உடைந்துவிடும்
ஒற்றுமை உடையாது
உடைக்கும் முயற்சியில்
உடனிருப்பவை முறிந்து விடும்
உள்ளிருப்பவை நிலைத்திருக்கும்
ஒற்றைக்குச்சிகளை ஒன்றிணைக்கும்
எல்லா முயற்சிகளிலும்
உள்ளிருப்பவனாக மட்டுமே - நான்

85.

ஆண்டுகளுக்கும் அனுபவத்திற்கும்
எத்தனை வேறுபாடுகள்?
ஆண்டுகளின் தொடர் வெற்றிகளால்
அனுபவங்களும்
அதன் அற்புதங்களும்
எங்கோ ஓர் மூலையில்

86.

அன்று முடியின் குடியாட்சி
வந்தான் - தருமிக்காக
வந்திக்காக - இன்னும் பல
காரணக் கதைகள்
கட்டுக் கதைகளாக
இன்று குடியின் முடியாட்சி
அவனும் வருவதில்லை
எவனும் வருவதில்லை

87.

அப்படி ஓர் அழகுடன்
சிவப்பு விளக்கின் ஆதிக்கத்தில்
தன் பக்க முறைக்காக
பார்த்துக் கொண்டிருந்த அவள் மீது
என் எண்ணம் இல்லை
சிக்கிக் கொள்ளக் கூடாது
என்பதே எண்ணம் - என் பக்கம்
பசுமையடங்கி வெய்யொளி படரும் முன்
பறந்துவிட முயற்சித்தேன் - அவள் பக்கம்
படர்ந்துவிட்ட வெய்யொளியோ
அதற்கும் முன் பரவிவிட்ட பசுமையோ
அவள் மீது நான் - என் மீது அவள்
யார் மீது குற்றம்?
இங்கு அவள் ஒரு தூண்டில்

88.

திருட்டு
ஒருமுறைதான் செய்தேன்
ஒரு தேவையின் பெயரில்
இப்போது பழகி விட்டது
ஊழலும் கையூட்டும்

89.

இன்னமும் வாழ்கிறது
விபச்சாரம்
வாழ்வின் பெயரால்
அழிந்து கொண்டிருக்கிறார்கள்
விபச்சாரிகள்
வாழ்வின் களிப்பில்
ஊழலும் கையூட்டும்
மடைமாற்றம் செய்ய - நாம்

90.

சாமி ஒன்றல்ல
ஒவ்வொன்றுக்கும் ஒரு துணை
துணைக்கு சில துணை
இன்னும் பல
வேண்டிய வேலை இசைவு பெற
கொஞ்சம் காணிக்கை கொஞ்சம் பலி
காணிக்கைச் சென்றும் பலிகள் தின்றும்
இசைவு தராச் சாமிகள் பல
எல்லார்க் குடுமியும் சாமியின் கையில்
முடியைக் குறை கூறி என்ன பயன்?
முடியும் ஒரு காணிக்கையே
காணிக்கை முடிய - எல்லாம் முடியும்

91.

திருடர்களிடம் திருடினேன்
பாதி என் பங்கு - மீதியில்
சிலவற்றை வீசி எறிந்தேன்
சிலவற்றை வாரி இறைத்தேன்
கடமையாளர்களுக்குக் கொஞ்சம்
காத்திருந்தவர்களுக்குக் கொஞ்சம்
மீதி மற்றவர்களுக்கு - முறையறிந்து
எங்கிருந்து எடுக்கப்பட்டதோ
அங்கேயே கொடுக்கப்பட்டது
இதில் திருட்டு எங்கே வாழ்கிறது?

92.

தவறு இழைத்தேன் - மனம் சொன்னது
செய்தது தவறு - திருந்தி விடு என்று
எல்லோரும் செய்வதுதான் என்றேன்
தவறு நடந்தது - மனம் சொன்னது
நடப்பது தவறு - தட்டிக் கேள் என்று
எல்லோருக்கும் நடப்பதுதான் என்றேன்
நெஞ்சுக்கு நீதி

93.

நானும் இச்சமூகத்தில் ஒருவன்
அதனால்தான் விரும்புகிறேன்
இச்சமூகம் மாற்றப்பட வேண்டும்
என்னைத் தவிர

94.

ஒன்று பலவாக
மொத்தமும் சிலவாக
ஏதோ ஒரு சொல்
நெஞ்சைத் துளைத்து
வார்த்தைகள் மலரும்போதே
கவிதைக் கனிந்து விடுகிறது
கவர்ச்சி - கண்ணோட்டம் சார்ந்தது

95.

சிறந்த படைப்புதான்
தன்னைத் தானே தொலைத்திருந்தால்
ஒரு கலைஞன் படைத்த கலையை
நம் சமூகம் முழுவதும் பருகி
மூன்று நாள் கடந்தும்

96.

எழுதுபவன் கிறுக்கி எறிகிறான்
அது கிறுக்கல்தான் எனும்போது
விமர்சகன் வெற்றி பெறுகிறான்
முதல்முறை புரியாத கவி - சில
முயற்சிகளில் முழுமை பெறும் - அங்கே
வாசகன் வெற்றி பெறுகிறான்
தொடர் முயற்சிகளில்
எழுதியவன் எண்ணமும்
வாசகன் எண்ணமும் ஒன்று சேரும்
எழுத்து அப்போது வெற்றி பெறும்
எழுதியவன் என்றும் அப்படியே

www.ingramcontent.com/pod-product-compliance
Lightning Source LLC
LaVergne TN
LVHW100326210926
848480LV00003B/1265